ஷங்கர்ராமசுப்ரமணியன்

திருநெல்வேலியில் 1975—ல் பிறந்தவர். அம்மா மீனாட்சி. அப்பா ச.பொன்னுசாமி, தங்கை அழகு தெய்வானை, மகள் வினு பவித்ரா. இயந்திரப் பொறியியலில் பட்டயப்படிப்பு முடித்தவர். 25 ஆண்டுகளுக்கும் மேலாக நவீன கவிதை, விமர்சனம், மொழிபெயர்ப்பு, இதழியலில் தீவிரமாக இயங்கிவருபவர். இவரது தேர்ந்தெடுக்கப்பட்ட கவிதைகள் தொகுதியான 'ஆயிரம் சந்தோஷ இலைகள்' நூலுக்கு கனடா இலக்கியத் தோட்ட அமைப்பின் கவிதை விருது 2017—ம் ஆண்டில் வழங்கப்பட்டது. சென்னை வேளச்சேரியில் வசித்துவருகிறார். இவரது கவிதை நூல்கள் ஆயிரம் சந்தோஷ இலைகள், ஞாபக சீதா, கல் முதலை ஆமைகள், நிழல் அம்மா. கட்டுரை நூல்கள் கலை பொதுவிலிருந்தும் தனித்திருக்கும், படைத்தவன் மற்றும் எனது வளர்ப்பு மீன்கள், பிறக்கும்தோறும் கவிதை, நான் பிறந்த க(வி)தை. ஃபியோதர் தஸ்தயெவ்ஸ்கியின் கரமசோவ் சகோதரர்கள் நாவலின் திருப்புமுனை அத்தியாயமான 'விசாரணை அதிகாரி'யை மொழிபெயர்த்துள்ளார். நகுலன் நூற்றாண்டையொட்டி 'அருவம் உருவம் — நகுலன் 100' தொகுப்பு நூல், விக்ரமாதித்யனின் தேர்ந்தெடுக்கப்பட்ட கவிதைகள் 'சிறுகோட்டுப் பெரும்பழம்' நூல்களின் ஆசிரியர். www.shankarwritings.com இணையத்தளத்தில் தொடர்ந்து எழுதிவருகிறார்.

இகவடை பரவடை

(குறுங்காவியம்)

ஷங்கர்ராமசுப்ரமணியன்

வேரல்
புக்ஸ்

வேரல்
புக்ஸ்

வேரல் புக்ஸ் வெளியீட்டு எண்: 74

இகவடை பரவடை (குறுங்காவியம்) * ஷங்கர்ராமசுப்ரமணியன் © * கவிதைகள் *
முதல் பதிப்பு: ஆகஸ்ட் 2023 * பக்கங்கள்: 80 *
வேரல் புக்ஸ் * 6, இரண்டாவது தளம், காவேரி தெரு, சாலிகிராமம், சென்னை – 600093 *
மின்னஞ்சல்: veralbooks2021@gmail.com * தொலைபேசி: 9578764322 *
அட்டைவடிவமைப்பு: லார்க் பாஸ்கரன் * லேஅவுட்: சந்தோஷ் கொளஞ்சி

Igavadai Paravadai * Shankarramasubramanian © * Poems *
First Edition: August 2023 * Pages: 80 *
Veral Books * No: 6, 2nd Floor, Kaveri Street, Saligramam, Chennai – 600093 *
Email ID: veralbooks2021@gmail.com * Phone: 9578764322 *
Wrapper Designed by: Lark Bhaskaran * Layout Designed by: Santhosh kolanji

Rs. 140

ISBN: 978-81-965289-0-4

அகக்கடை புறக்கடை

என் அம்மா இங்கே மண்ணில் காற்றில் நீரில் பேதமற்று கலந்து கிடப்பதால் எதையும் வேண்டும் வேண்டாமென்று நான் ஒதுக்கமுடியாது என்ற போதம் வந்திருக்கும் இந்தக் கட்டம் அத்தியாவசியமானது. எனது அகக்கடைக்கும் புறக்கடைக்கும் இடையே இப்போது சுவர் இல்லை; அழுக்கும் பிசுக்கும் மட்டுமே திடமேற்றிய ஒரு கிழிந்த துணித்திரை, மழையிலும் காற்றிலும் அடித்து, வெளியே ஒரு கொடுங்காலத்தின் வருகையை எனக்கு உரைப்பதைப் போன்றுள்ளது.

நானும் இதுவரை சேகரிக்கப்பட்ட அறிவுகளும் நீதியற்று நாதியற்று நாற்சந்தி சாலையில் நிற்கும் ஒரு சித்திரம்தான் வந்து சேர்ந்திருக்கும் இடம்.

பிறந்த இடமாகவும் பால்ய பிராய கால நினைவுக்கிடங்காகவும் திருநெல்வேலி; ஆளுமையும் உலகப் பார்வையும் ருசிகளும் விரிவுகொண்ட சென்னை; இரண்டையும் நிழல் சித்திரங்களாக ஆக்கியிருக்கிறேன். உயிர், உணவு, மொழி, ரசனையை அளித்து மறைந்துவிட்ட அம்மா; என் வாழ்க்கையின் நடுப்பகுதியில் தற்செயலாய் வந்து நினைவில் மின்னும் ஒரு பருவத்தைப் பரிசாகத் தந்து,

என்னை மறுபடி சிருஷ்டித்து, உருக்குலைத்து, நீங்காத பைத்தியத்தை, அழலை, அடங்காத தீயை, அது அளிக்கும் உயிர்ப்பைத் தந்துவிட்டு நீங்கிப்போன அவள்; இரண்டு பேரும்தான், இதுவரைக்குமான எனது அனுபவக்கல்வியின் — இந்தப் படைப்பின் — மூல ஆசிரியர்கள். சத்தமாக, மௌனமாக இந்தப் படைப்புக்குள் தமது ரேகைகளைப் பதித்திருப்பவர்கள் நகுலன், விக்ரமாதித்யன். எனது தனி அனுபவச் சேகரத்தை, ஒரு நெடிய மானுட வரலாற்றுப் பரப்பில் வைத்துப் பார்க்கும் ஒரு மூலகம், திராவிடவியல் ஆய்வாளரான ஆர் பாலகிருஷ்ணனின் 'ஒரு பண்பாட்டின் பயணம்: சிந்து முதல் வைகை வரை' நூலில் பணியாற்றியபோது கிடைத்தது.

எனது டெஸர்ட் ரோஸ் செடி, பல மாதங்களாகப் பூக்காமலிருந்தது. கிட்டத்தட்ட ஒன்றரை ஆண்டுக்குப் பிறகு ஒரு கருஞ்சிட்டு வந்து உலுக்கிவிட்டு விருட்டென்று மேலேறிப் பறந்துபோனது. அடுத்த நாள் டெசர்ட் ரோஸ் மொட்டுவிட்டது. அந்தப் பூப்பை நல்நிமித்தமாக்கிக் கொண்டு 'இகவடை பரவடை'யைத் தொடங்கினேன்.

சென்ற நவம்பர் மாதம் எழுதத் தொடங்கி ஏழு மாதங்களில் அவ்வப்போது இடைவெளிகள் விட்டு இதை எழுதினேன். நண்பர்கள் கௌதம், வே.நி.சூர்யா, வரதன், ந. ஜயபாஸ்கரன், இன்பா, சசிகலா ஆகியோரிடம் அவ்வப்போது எழுதுவதைத் தொடர்ந்தோ விட்டுவிட்டோ பகிர்ந்துவந்தேன் — எனது தங்கை தெய்வானையிடமும். சற்றே முழுமையடைந்தவுடன் வாசித்து ஊக்கம் அளித்தார் விக்ரமாதித்யன். பழைய பாடல் இசையமைப்பாளர்களும், இளையராஜாவும், ஏ.ஆர்.ரஹ்மானும், கண்ணதாசனும், வாலியும், வைரமுத்துவும், முத்துக்குமாரும் இதற்குள் மறைந்திருக்கின்றனர். அம்மா நீங்கியபிறகு, முன்னர்

சார்பு கொள்ளாமல் இருந்த, மொழியின் ஓசை லயத்துக்குள் நான் அடைக்கலம் கொள்கிறேன் போல.

வே.நி.சூர்யா தான் இந்தக் குறுங்காவியத்தை ஒரு வரிசையில் கொண்டுவந்திருக்கிறார். என்னால் தூரத்திலிருந்து அதைச் செய்திருக்க முடிந்திருக்காது. 'ஆயிரம் சந்தோஷ இலைகள்' தேர்ந்தெடுக்கப்பட்ட கவிதைகள் வெளியான பின்னர், அதன் தாக்கம் என்னவென்று வெளியிலிருந்து இரண்டு கட்டுரைகளை எழுதி என்னிடம் திடத்தை ஏற்படுத்தி நண்பர்களாகவும் ஆனவர்கள் விஷால் ராஜா மற்றும் ஏ.வி.மணிகண்டன். விஷால் ராஜா, அகழ் இதழுக்காக என்னிடம் மேற்கொண்ட நேர்காணலில்தான் நெடுங்கவிதை உருவம் சார்ந்து எனது ஆசையையும் முதல்முறையாக வெளிப்படுத்தினேன். விஷாலுக்கும் ஏ.வி.மணிகண்டனுக்கும் இந்த குறுங்காவியத்தை சமர்ப்பணம் செய்கிறேன்.

எனது ஓரத்தில் இன்னும் உயிர்ப்புடன் இருக்கும் சிறுவனும் விரும்பும் வண்ணம் எனது குறுங்காவிய நூல், படங்களுடன் இடம்பெற வேண்டுமென்பது எனது ஆசை. வரதன், நிவேதா, சுஜா, ஆனந்தின் படங்கள் அதை நிறைவேற்றியிருக்கின்றன. வேரல் புக்ஸ் லார்க் பாஸ்கரனுக்கும், அம்பிகாவுக்கும் எனது நன்றி.

02 ஜூலை 2023
சென்னை
shankarashankara@gmail.com

விஷால் ராஜாவுக்கும்
ஏ. வி. மணிகண்டனுக்கும்

சேயாறு
தாமிரபரணி
பொருநை
என எல்லாப் பெயர்களுக்கு முன்னரும்
அது
சிவப்பாய் ஓடிக்கொண்டிருந்தது

••

நானும் நீயும்
செங்குதிரையில் ஏறி
குருதிபூசி
சேயாய்
இந்த நெடுநதியில்
வந்திறங்கினோம்.

••

பற்றிய கை தெரியாமல்
அம்மாவின் முகம்கூடத் தெரியாமல்
இறங்கும் படிகள் தெரியாமல்
உன் பின்னால்
நெடிதுயர்ந்து நின்று
ஊதல் காற்றில்
ஓலமிட்டபடி
நீரில் குனிந்து
முகம் பார்க்க முயலும்
மரங்களும் தெரியாமல்
நீ
இருட்டில்
எத்திசையில் எவ்விடத்தில்
இறங்கும்
ஆற்றின் பெயரும்
சேயாறுதான்.

••

சேயாற்றின் கரையில்
குறுக்குத்துறை மண்டபத்தில்
அம்மா ஒருவேளையாவது
தன் முலை புகட்டியிருப்பாள்
எனக்கு.

..

ஒரு ஜோடி முலைக்கும்
இன்னொரு ஜோடி முலைக்கும்
இடையே
ஆறு ஓடுகிறது
உனது கல்வி
உனது ஞானம்
எனது கல்வி
எனது ஞானம்

..

காந்திமதி அம்மன் சன்னிதி மண்டபத்தில் உள்ள திருக்குளத்தில்தான் நான் முதல் முலைக்காம்பைப் பார்த்தேன். கறுத்து மெலிந்து கூம்பி ஒருகணமே வெளிப்பட்ட நடுவயதைத் தாண்டியவளின் முலை. காந்திமதிக்கும் நெல்லையப்பருக்கும் தனித்தனி ஆலயங்கள். இருவரையும் இணைக்கும் நீள்மண்டபம். காந்திமதியை நெல்லையப்பர் நெருங்கத் தாண்டி வரவேண்டும். பிரகாரத் தூண் ஒன்றில் கையில் குறுங்கத்தியுடன் குரங்கு ஒன்று வாயில் இளிப்புடன் தனிச்சிறப்பமாக இருக்கிறது. நான் பள்ளியில் படித்தபோது, என் அப்பாவைக் குத்திக் கொல்வதற்காக இந்தக் குரங்கைப் போல வெவ்வேறு இடங்களில் கற்பனைகளில் ஒளிந்து காத்திருந்தேன். கையில் கத்தியை வைத்திருக்கும் குரங்கு ஏன் அப்படி இளிக்கிறது. வாயில் சாப்பாடு பொதிபோல உள்ளது. அது திருநெல்வேலி குரங்கு. அப்படித்தான் இருக்கும்போல. பிரபஞ்சனின் சுமதி, ஜானகிராமனின் யமுனா, வண்ணதாசனின் தனு என என்னுடைய காதலிகளை எல்லாம் பறித்துக் கொண்டு கோபுர உச்சிக்குச் சென்றது இந்தக் குரங்குதான். போஸ் மார்க்கெட் முடிவில் உள்ள காவல் நிலையத்தில் போய், கதை நாயகிகளைக் கத்தியோடு கடத்திச் செல்லும் சிறபக் குரங்கைப் பற்றிப் புகார் சொன்னால் அங்குள்ள இன்ஸ்பெக்டரோ என்னை நம்ப மறுக்கிறார். கோட்டி முத்திடுச்சி என்று இன்ஸ்பெக்டரின் காதில் சொல்லும் ஏட்டின் பெயர் சொ. விருத்தாசலம். அந்தக் காவல் நிலையத்தின் எதிரே வெகு நாட்களாக இருந்த மூத்திரப் பிரையில் வைத்துதான் ஜி. நாகராஜன், கஞ்சாவை எடுத்து காவல் நிலையத்தைப் பார்த்துக்கொண்டே உருட்டிப் பற்றவைப்பார் சிகரெட்டை. நெல்லையப்பரைச் சுற்றும் பிரகாரத்தில் அறுபத்து மூவர் சன்னிதியின் முடிவில் மூலையில் ராவணனுக்கு பிரமாண்ட சிலை இருக்கிறது. கூடுதல்

இருட்டுடன் படியேறும் உயரத்தில் வீற்றிருக்கும் ராவணனின் தலையைத் திருகினால் ஒரு குகை திறக்கும் என்ற கதை எங்கள்வரை நிலவியது. கல் யாழிகள் எல்லாவற்றின் வாயிலும் கையை விட்டிருக்கிறோம் யாளிகள் விழுங்கவில்லை இன்னும். நல்லா வுடுங்க. எதுவுமே விழுங்காது என்று பகபகவென்று சிரிக்கிறார் புதுமைப்பித்தன்.

ஆனால் புதுமைப்பித்தனை கபாடபுரம் விழுங்கிவிட்டது.

••

வீடு அழகு
கதவு அழகு
பூட்டு அழகு.

..

வெளிச்சமாய் சுடர்ந்து
அங்கே இருக்கும்
இரவின் இருட்டு
இருட்டாய் வாய்பிளந்து
ஈர்க்கும் நண்பகல்
தொட்டுத் தொட்டு நின்றிருக்கும்
யானைகளென
நெடுங்குன்றுகளின்
சுவர் நிழலுக்குள்
ஒளிந்து
குளிர்ந்திருக்கிறது
கல்யாண தீர்த்தம்
காலம்
அகாலம்
இரண்டும்
அகத்தியர் கோயில் படிக்கட்டில்
அமர்ந்து
இறங்காமல் வேடிக்கை பார்க்கிறது.

நுழைய முடியாது
யாரும்
இறங்கி
நிசப்தத்துக்குள்
கொட்டி வழியும் அருவியையும்

போய்த் தொடமுடியாதென்று
வருபவர்களிடம் உணர்த்தி
கல்யாண தீர்த்தத்தைக்
காவல் காக்கிறது
ஒரு
பாழ்.

வாருங்கள்
ஏற்கெனவே இறந்தவர்களே!
இறங்கிக் குளிக்கலாம்
வாருங்கள்
ஏற்கெனவே இறந்தவர்களே!
இங்கே நீந்தித் திளைக்கலாம்
அகத்தியர் வந்தார் இருந்தார்
மகளுடன் வந்த வ.வே.சு.அய்யர்
வீடு திரும்பவில்லை
கல்யாண தீர்த்தத்துக்கடியில்
யாழியின் வாய் திறக்கிறது
ஒரு குமிழ் மேலெழுகிறது
கல்யாண தீர்த்தத்துக்கடியில்
யாழியின் வாய் மூடுகிறது
ஒரு குமிழ் மேலெழுகிறது.

••

சேரன்மகாதேவியில்
ஈ.வே.ரா தொடுத்த
கேள்விக்கு
அய்யர் பதில் அளிக்கவில்லை
துரதிர்ஷ்டவசமாக

அவர் மகள் தொடுத்த
முதல் பெண்ணியக் கேள்விக்கு
முன்னால்
உயிர் நீத்தார்
இடம்
கல்யாண தீர்த்தம்
அங்கே
வ.வே.சு அய்யர்
பரிமாறியது
சமபந்தி.

••

சாம வேளைகளில்
கேவி அரற்றும் பூனைகள்
பெண்களின் அரற்றலை
குழந்தைகளின் அழுகையை
ஒத்திருக்கின்றன
அந்தப் பூனைகள் கண்களுக்கும்
புலப்படுவதில்லை
புணர்ச்சியிலும்
சூலுற்றிருக்கும்போதும்
அழும்
பூனைகள்
அவை
அழுவது போலவே சிரிக்கும்
ஒருத்தி
அடுத்த வீட்டில் குடிவந்திருக்கிறாள்
அவளும் சூலிதான்
சிரித்தபடி அவள் பேசும்போது

அழுவது போல இருக்கிறது
அழுதுகொண்டே அவள் கணவனிடம்
சண்டையிடும்போதும் சிரிப்பது போல
அழுகிறாள்

நீ அழும்போது சரியாக அழு
சிரிக்கும்போது சரியாக சிரி
என்று என்னால் சொல்ல முடியுமா
அவளிடம்.
அவள் கருவுற்றிருக்கிறாள்.

..

எங்கோ அருவ மூலையிலிருந்து
முகமற்று
அழுகையோ
சிரிப்போ பெருகும்போது
பயம் அதிகரிக்கிறது.

..

உன் தோளில் இருக்கும்
கிளி
அழகு.
அதை மட்டுமே
நான் சொன்னால்
பொய்தானே அது
மீனாட்சி.

..

தென்னை மரங்கள்
பாம்புகளாய்
சிதம்பரம் தெப்பக் குளத்தில்
நெளிந்து மறைந்த பின்னர்
அந்தி இருட்டில்
சட்டையைக் கழற்றி
கல்படிகளில் வைத்து
ஓங்காரமிட்டுக் கொப்பளித்து
தெப்பக்குளம்
அதிர அதிர
இறங்குகிறார்
மௌனி
யுகத்தனிமைகள்
கல்மதிலின் மேல் அமர்ந்து
வெறித்துப் பார்த்திருக்க
நீச்சலடித்துத் திளைக்கிறார்.
கு.ப.ரா.வும் பிச்சமூர்த்தியும்
காலையில் குளித்துக் கொண்டிருந்த
பெண்களை
பார்த்து
ஓரக்கண்ணிலேயே விலக்கி
அங்கிருந்து கிளம்பிவிட்டனர்
கூந்தலின் ஈரத்தைத் துவட்டியவளின்
ஒரு துளிபட்டு
மதியத்தில்
மண்டபத்தில் மயங்கிச்சரிந்த
லா.ச.ராமாமிருதம்
அதன்பின்னர்
எழுந்திருக்கவேயில்லை
குளித்துவிட்டுப் போனவள்

சீலையிலிருந்து
சொட்டியதில்
நீர்க்கோலம் போட்டு
அவளை வரைய முயன்றுகொண்டிருக்கிறார்
கல்யாணசுந்தரம்.

••

திருநெல்வேலிப் பக்கம்
நாசரேத்திலிருந்து
வேளச்சேரி நாடார் கடைக்கு
பத்து வயதில் வேலைக்கு வந்த
இரட்டைக் குழந்தைகள்
லவனும் குசனும்.
சிறுவன் லவன் காய்கறிகளைப் பிரிக்கும்போதும்
மிதிவண்டியில் பலசரக்குகளை
வாடிக்கையாளர் வீட்டுக்குக் கொண்டு செல்லும்போதும்
கடைக்கு வருபவர்கள் கேட்கும் பொருட்களை
எட்டி எடுத்துத் தரும்போதும்
சிரித்துக் கொண்டேயிருக்கிறான்.
குசன் முகத்தில் எப்போதும் சோகம் இருக்கும்
இரண்டு பேரும் ஒரே சாயலில் இருப்பதால்
லவா ஏன் இன்று உன் முகத்தில் சிரிப்பில்லை
என்பேன்
நான் குசன் என்று இறுக்கமாகப் பதிலளிப்பான்.

லவன் சிரிக்கிறான்
குசன் சிரிப்பதில்லை
இரண்டு பேரையும்
வறுமைக்காக
ஒரு அம்மாதான் இங்கே அனுப்பிவைத்தாள்
இரண்டு பேரும் வேளச்சேரியின் பகல்
முழுக்க
ஒரே வேலையைத்தான் செய்கிறார்கள்
லவன் சிரிக்கிறான்
குசன் சிரிப்பதில்லை
நான் காலையில் ப்ரௌனியை
நடைக்கு அழைத்துச் செல்லும்போது
சாலையோரப் புதர்மூலையில்
ரத்தம் பளபளக்கும் காயத்துடன்
ஒரு நாய் விசுவிசுத்தபடி கிடந்தது
நான் அதை எப்படிச் சிரிக்கச்
சொல்லமுடியும்?
குசனை நான் எங்கிருந்து சிரிக்கச்
செய்யமுடியும்?
குசனைச் சிரிக்கவைக்கும்
இதிகாசங்கள் காவியங்கள் நீதிக்கதைகள்
ஏதாவது முன்பே எழுதப்பட்டுவிட்டதா?
வரலாற்றுத்தூரம் போய்
நான் அவனது முகத்தைப் பழுதுபார்த்துவர
வழியுண்டா?
லவன் சிரிக்கிறான்
குசன் ஏன் சிரிப்பதில்லை?

••

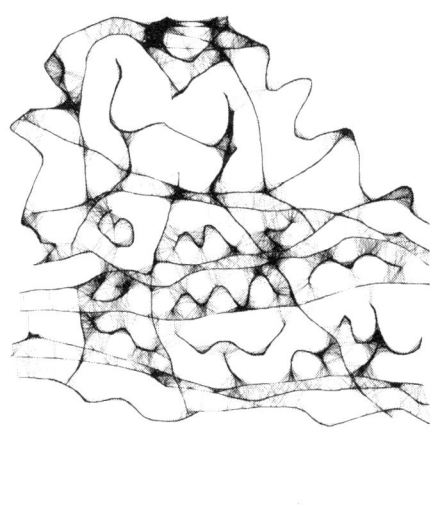

சத்தத்தை அரவம் என்று சொன்னவன்தான்
முதல்முதலாய் தனிமையை உணர்ந்தவனாக
இருந்திருக்க வேண்டும்
தனித்திருப்பவனின் வீட்டில்
வஸ்துக்கள், மின்தடங்கள் அரவமாக
எங்கிருந்து வருகின்றதென்று அறிய
முடியாமல்
நெளியத் தொடங்குகின்றன
மண்பாண்டத்தின் பயன் அதன்
காலித்தன்மையில் தான்
என்றவன் லாவோட்சு.

..

மரம் பொதுவாய் தனியாய் இருக்கிறது
பூ பொதுவாய் தனியாய் இருக்கிறது
நிலவு பொதுவாய் தனியாய் இருக்கிறது
அம்மா பொதுவாய் தனியாய் இருக்கிறாள்
முத்தம்
பொதுவாய் தனியாய்
எப்போதும் ஏக்கத்தில் இருக்கிறது.

••

என் முதல் பெருந்திணைக் காதலி
கால்களை நீட்டி
பாவாடையைச் சுருட்டி மடக்கி ஏற்றி
களிமண் களிம்பு வரிவரியாய்
தேகத்தில்பட
வனைந்த ஈரப்பானையைத் தட்டி முழுமை
செய்தவள்.
அவளது தொடையிலும் களிமண்
வாசனையை
நான் அனுபவித்த
அந்தத் தெருவின் பெயர் குலாலர் வீதி.
அவள் பானைகளைத் தட்டி
அடுக்கிக்கொண்டே இருந்தாள்
நான் அவள் முழுமை செய்து
கவிழ்த்து
உலரவைத்த
பானைகளை விரலை விட்டு நசுக்கி
ஓட்டை போட்டபடி திரிந்தேன்.
நான் பழுதாக்கிய பானைகளை
சிரித்துக்கொண்டே அவள்
மீண்டும் கட்டையால் தட்டிச் சரி செய்தாள்.

நீ தட்டி முழுமையாக்கிய பானைகளை
நான் ஓட்டை செய்தேன்
பாப்பு.
நீ ஒருநாளில்
ஐம்பதுக்கும் மேல் பானைகளை
தட்டி மூடி நிறைவு செய்தாய்
அதே பாண்டத்தை
வனைந்து முடிக்க
ஒரு குயவனுக்கு
எடுத்தது
ஆயிரம் நூற்றாண்டுகள் பாப்பு.

..

பள்ளிநேர இடைவெளியில்
பொருட்காட்சி மைதானத்தில் நுழைந்து
வண்ணக்கூடாரங்களுக்குப் பின்னால்
தேடிச்சென்று பார்த்தபோது
வாலை மட்டுமே
கம்பிக்கு வெளியே தொங்கவிட்டு
முதுகு காட்டி
எனக்கு அறிமுகம் செய்துகொண்ட
முதல் புலி நடமாடிய
கூண்டு வண்டி எங்கே?
சிங்கமும் யானையும் அண்மையில்
துயின்றிருந்த
நிழலில்
சுகந்தமா வீச்சமா என்று
பிரிக்கவியலாமல்
புல்லும் மாமிசமும் கலந்தடித்த

காற்று எங்கே?
வெளித் தெப்பக்குளத்தின் வழி
கீழப் புதுத் தெருவுக்குள் நுழைந்து
திருப்பணி முக்கு வரை நீண்டு
கோமாளிகள்
குள்ளர்கள்
ட்ரபீஸ் பெண்கள்
குதிரை யானை
ஒட்டகச்சிவிங்கியின்
ஊர்வலம் எங்கே?
அரசனின் கம்பீரத்துடன்
சர்க்கஸ் தலைவன்
மரணக்கிணறில் பைக் ஓட்டும் சாகசவீரன்
சென்றபிறகும் நகரில்
ரீங்கரித்துக்கொண்டிருக்கும்
அந்தச் சத்தம் எங்கே?
கரடி
வரிக்குதிரை
எல்லாம்
எங்கே எங்கே?
எமிலி டிக்கின்ஸனுக்கு
சொர்க்கம் சர்க்கஸ் கூடாரத்தைப்
போன்றது
ஆமாம் சர்க்கஸ்
எங்கள் சிறுநகரத்தைவிட்டு நீங்கிச்
சென்றுவிட்டது
கூடாரத்தைக் காலி செய் தபின்னர்
"மைல் கணக்கில் நீளும் வெறிப்பு" ஆக.

..

நான் மட்டும் இருக்கும்
அறையின் நிசப்தத்துக்குள்
ப்ரௌனியின் கழுத்துமணி
கிணுகிணுக்கிறது
அதன்
பஞ்சுப் பாதங்களின் சிற்றரவம்
வெளிச்சத்தையும் இதத்தையும் பரப்புகிறது
ஆண்டாள் நாச்சியாரின்
நிசப்தத் தனிமையிலும்
ந. முத்துசாமியின் புஞ்சை நினைவிலும்
பசுக்கள் இப்படித்தான்
கிணுகிணுத்தபடி
உயிர்ப்பித்துச் சென்றிருக்கும்.

..

நீலக்கடலின் ஓரத்தில்
நீங்கா இன்பக்காவியமாம்
காலத்திரையில் எழில்பொங்கும்
கனக கருணை ஓவியமாம்
சுரம் லயம் தப்பி
நான் பயணிக்கும் பெட்டிக்குள்
குச்சியைத் தட்டி
பார்வையற்ற யாசகன்
ஏறும்போது
பறக்கும் ரயில்
அன்று துரதிர்ஷ்டத்தின் ரயிலாகிவிடுகிறது
ஜன்னலிலிருந்து என்னைக் கடக்கும் கடலில்
தரித்திரத்தின் அலையடிக்கத்
தொடங்குகிறது

இந்தக்கடலின் அக்கரையில் இருந்து
மறைந்த
மார்க்வெஸ் சொன்ன சகுனம் நிஜம்தான்
குருட்டு யாசகனின்
சுருதி பிசகிய பாடல்
நான்
இறங்கிய பின்னும்
வேறு யாருக்கும் புலப்படாத
கருப்பு வண்ணத்துப்பூச்சியாக
என்னுடன் அன்று முழுவதும் நகரத்துக்குள்
அலைகிறது
திக்கற்றுப்போன
அந்தப் பாடல்
அனிச்சையாய் ஒட்டிக்கொண்டு
என் திசைகளைக் குழப்புகிறது
இருந்தும்
கீழே விடாமல் பாடுகிறேன்
துக்கம் அனிச்சை
அனிச்சை துக்கம்
துக்கம் அனிச்ச
அனிச்ச துக்கம்
காலத்திரையில் எழில் பொங்கும்
கனக கருணை ஓவியமாம்
நீலக்கடலின் ஓரத்தில்
நீங்கா இன்பக் காவியமாம்.

..

மது
ஒரு சரளைக்கல்லுக்கும் கூழாங்கல்லுக்கும்
உள்ள இடைவெளி
மது
ஒரு குழந்தைக்கும் ராமலிங்கருக்கும்
உள்ள இடைவெளி
இருப்பதற்கும் இல்லாமைக்கும் இடையில்
வறுமைக்கும் வளமைக்கும்
அன்புக்கும் அன்பின்மைக்கும் இடையில்
மது
பாதாளத்தில்
நுரைத்துக்கொண்டிருக்கிறது
பரிச்சயத்துக்கும் அலட்சியத்துக்குமிடையே
அங்கீகாரத்துக்கும் பாரபட்சத்துக்குமிடையே
நுரைக்கிறது மது
பாகுபாட்டின் வரலாறு மது
புத்தன் பிறக்கிறான்
கார்ல் மார்க்ஸ் பிறக்கிறான்
அம்பேத்கர் பிறக்கிறான்
மது மதுவின்மை
இடைவெளியில் பிறந்தவன் காந்தி
மது மதுவின்மை
இடைவெளியில் பிறந்தவன் ராமானுஜன்
மது மதுவின்மை
இடைவெளியில் பிறந்தவன் நாராயணகுரு
மது
வள்ளலார் சொன்ன ஏழுதிரை
மது வள்ளலார் வசித்த ஏழுகிணறு
மது கபாடபுரத்தில்
நாம் வாசித்த ஆழ்நதி
மது மதுவின்மையைப் புரிந்துகொள்வதற்கு

தேவை மது
மது நமக்கோர் தோல்வியும் வெற்றியும்
மது நமக்கு வினையெலாம்
மதுவின்மைக்கும்
மதுவுக்கும் உள்ள இடைவெளி
மதுதான்
சுரக்கும் பாழின்
சூட்சுமம்
மது
எல்லா வறுமையையும்
கடக்கும்
மகத்துவம்
மது
தீராத வெறுமையின்
சாவாத அமிர்தம்
மது
நம்மைத் தீர்த்துவிடும் நல்விடம்
மது
யாரும் வேண்டாத
நேசத்தின்
கசப்பு
மது
தீண்டப்படாத முலைகள் எல்லாம்
தேக்கி வைத்திருக்கும்
கதகதப்பு மது.
மது நமக்கு மது நமக்கு
மது நமக்கு, மது நமக்கு
மதுநமக்கு விண்ணெலாம்.

••

விருப்பமான பெயர்களெல்லாம்
ஆவில் முடிகிறது

ஆ

சூன்யமாக
வாய்திறந்து அழைக்கிறது
திரும்பத் திரும்ப
அவள்
ஆவென்று
என்னை விழுங்கினாள்
சூன்யமே இன்மையே
காலித்தன்மையே
வெறுமையே
உன் பெயரெல்லாம்
ஆ ஆ ஆ ஆ ஆவில்
ஏன்
முடிகிறது.

..

ஏ
அம்மா
ஏ
மாதா
ஏ
தேவதா
ஏ
சீதா
ஏ
பாலா
ஏ
மீனா
ஏ
உஷா
ஏ
கனகா
ஏ
சசிகலா
ஏ
பவித்ரா
ஏ
தேஜா
ஏ
நித்யா
ஏ
சுதா
ஏ
வித்யா
ஏ
இன்பா

ஏ
மாயா
ஏ
நிஷா
ஏ
ஹேமா
ஏ
சுஜாதா
ஏ
சந்திரலேகா ஆ ஆ ஆ ஆ

..

மார்கழி மாதம்
ஒவ்வொரு தெருவிலும்
குப்பைகளில்
துளிர்த்துப் பூக்கின்றன
நாய்க்குட்டிகள்
இருபது முப்பது குட்டிகளில்
ஒன்றோ இரண்டோதான்
தை மாதத்தைத்
தாண்டுகிறது
நோயோ
விபத்தோ
அவற்றை இங்கிருந்து
அகற்றிவிடுகின்றன
தெருவின் இன்னொரு முனையில்
நுழையும்போதே
தூரத்திலேயே
என் கண்களுக்குத் தோன்றிவிடும்

அந்தக் குட்டிகளை
நான் இப்போதெல்லாம்
குனிந்தெடுத்து
தொட்டுக்
கொஞ்சுவதற்கு
அஞ்சுகிறேன்
பிஞ்சு முகங்களைக் கொண்டவர்களே
நான் உங்களைக் காப்பாற்ற இயலாதவன்
சின்னஞ்சிறு ஈர மூக்கால்
இந்த இடத்தை உபாசனை செய்பவர்களே
நான் உங்களைக் காப்பாற்ற இயலாதவன்
பிறக்கும் எதைத் தொட்டாலும்
கர்மம்
பிறப்பிடம் எதைத் தொட்டாலும்
கர்மம்
என்று அறிந்தறிந்து
உங்களைத் தொடாமல் கடக்கிறேன்
பூக்குட்டிகளே
இந்த மார்கழியையும்.

..

தத்துவம்
வரலாறு புரிந்துகொள்ள முடியாத
விளக்கொளி குறைந்த தெருவின்
நடைபாதையில்
அவள் பின்னுருவத்தைப் பார்த்தேன்
423 நாட்கள் கழித்து அவளைப் பார்த்தேன்
பெயர் நாக்கில் வந்து
கூவ மட்டுமே முடிந்தது

ஒன்றேகால் வருடம் பூக்காத
டெஸர்ட் ரோஸ்
சென்ற வாரம்
பூத்ததைப்பற்றி அவளிடம் சொல்லமுடியாது
அம்மா எப்படி இருக்கிறார்
மகள் எப்படி இருக்கிறாள்
நின்று விசாரிக்க முடியாது
அவள் பெயர் சொல்லியபடி
என் வாகனத்தில் கழுத்தைத் திருப்பி
அவள் முகத்தைப் பார்த்தபடி கை
உயர்த்திக் கடக்கத்தான்
முடிந்தது
அவளும் என் குரலை அடையாளம் கண்டு
மலட்டுக்கண்ணால்
என் இருட்டைப் பார்த்தபடி
நிற்காமல் சென்றாள்
இந்தக் காட்சியை நூறுமுறை நான் ஒத்திகை
பார்த்திருக்கிறேன்
ஆனாலும்
நினைக்கும்தோறும் கொட்டும் விஷமே
மரகதமே மையிருட்டே
தீயவளே தீஞ்சுவையே
அழலே
அழலை
அருளாய் தந்துவிட்டுப் போன அமிழ்தே
நாம் சேர்ந்து
நிற்கமுடியாத
ஒரு இடத்தில்
நின்று
ஒரு சொல்கூடப் பேசமுடியாத

ஒரு இடத்தில்
என்னை ஏன் விட்டுவிட்டுப் போனாய்.

••

மீண்டும்
மண்பாண்டச் சக்கரத்தில்
ஏன்
களிமண்ணை வைக்கிறார்கள் சசி?
மீண்டும் பாண்டம் அறுக்கப்படப்
போகிறதா சூசி?
மீண்டும் சூளையில் வைக்கப்போகிறார்களா
சசி?
மீண்டும் துளையிட்டு
கீழே போட்டு
உடைத்து ஆற்றில்விடப் போகிறார்களா
சூசி?

••

சூசி
உன் உறுப்பின் நுனிச்சிவப்பு
என் உறுப்பின் நுனிச்சிவப்பு
சிவப்பில்தான் எல்லாமே
தொடங்குகிறது
உன் நெற்றியில் முடியோடு கலைந்திருந்த
உன் பொட்டு
உன் முகப்பருவின் கூர்நுனி
எலிக்குஞ்சு அணில் பூனை நாய்
எல்லாம்
பிஞ்சாக இருக்கும்போது

செக்கச்சிவப்பு
உன்னுடன் சுகித்து
பின்னர் பிரிவில் எரியும்
நீங்காத
என் அழலின் நிறம் சிவப்பு
அதனால்
பிறப்பின் நிறம் எல்லாமும்
சிவப்பு

••

பிரிவைவிட
மறதி நிறைமிக்கது என்பதால்
நான்
மறதியைப் பற்றிப்
பேசப்போகிறேன்
சூசி.

பிரிவு வெளித்துருத்தி நிற்கிறது
பல்லில் சிக்கிய இறைச்சித்துணுக்கு
காலில் குத்திய முள்
எனக்கு நீ அளித்த இடத்தில்
இன்னொருவன் உன்னைச் சுகித்துக் கொண்டிருப்பதை
நீ காட்டிக் கொண்டேயிருந்தது
பிரிவு
ஒருபக்க நியாயத்தின் பரிதாபத்தில்
ஒருபக்க நியாயத்தின் தார்மிகத்தில்
நின்றுகொண்டிருக்கிறது.

மறதியின்
கிடங்கு
தங்கம் வைரங்கள் மின்னும் ஆழ்வயல்
மாபெரும் குப்பைக்கூளம்
ஆழமறிய இயலாத பள்ளத்தாக்கு
அதலபாதாளம்
என்னவெல்லாம் அங்கே இருக்கிறது ஜூசி
அங்கே உன் மறதி
என் மறதி
அவன் மறதி
அவள் மறதி என்று
பிரிவினை உண்டா?

மறதி என்பது தடயம் இல்லாத குற்றம்.
சடலம் இல்லாத இறுதி ஊர்வலம்.
விரைக்காத குறியில்
பெருகிக்கொண்டிருக்கும் காதல்.
வஸ்துக்கள் ஏதும் அற்ற அறையில்
சடசடக்கும் மர்ம ஓசைகள்.
மறதி என்பது கர்ப்பம் தரிக்காத
பெண்நாயின் முலைக்காம்பை விடைத்து
வலிக்கவைக்கும்
பொய்ப்பால்.
மறதி என்பது
உன்னை நினைத்து
தலையணையின் மூலையை உறக்கத்தில்
கசக்கும்
எனது மலட்டுத் தனிமை.

இங்கே பிறந்து
இங்கேதான் வாழ்கிறேனா
என்ற சந்தேகாஸ்பதம்

மறதி என்பது மன்னிப்பதற்கும் மறப்பதற்கும் சொல்லிக்கொடுக்கும் ஞானத்தின் ஆரம்பம் அந்தமும்.

••

சடசடவென்று முறியும் கிளை
மரங்கொத்தி, கிளி
துளையிட்டு
முறியுமா பனை
முறிந்த கிளை
முறிந்த பனை
வீழ்ந்து வெறித்திருந்த அவன் கண்கள்
முறிந்ததெல்லாம்
காலத்திலா விழுகிறது
காலத்துக்கு
முன்னும் பின்னும்
ஒன்று
வெறிக்கிறது

••

சுசி ரூசி
எது ஞாபகம்
எது அனுபவம்
எது எதார்த்தம்
எந்த மேடையில் அரங்கேறுவது
எல்லாம்
முல்லாவின் கதைபோல

வாத்தின்
சூப்போட சூப்போட சூப்போட
சூப்தானே
ஞாபகம்
சூசி
நக்கியதை நக்குவதுதான்
ஞாபகம் சூசி
நக்கியதை நக்குவதுதானே
ஞாபகம் சூசி.

••

கசந்த வாதுமைகளின் வீச்சம் எப்போதும் நிறைவேறாத காதலுக்கு நேரும் விதியைத்தான் அவனுக்கு ஞாபகப்படுத்தும். மார்க்வெஸ் லவ் இன் தி டைம் ஆப் காலராவில் எழுதிய வரிகள் இவை. வாதுமைகளின் வீச்சத்தை நான் அறிந்ததில்லை. வாதுமையாகப் பருத்த அவளது கண்களை நான் அறிவேன். அது உறக்கத்திலிருந்து அப்போதுதான் விழித்த கண்கள். அவளது வாதுமையாய் மேடிட்டிருக்கும் யோனியை அறிவேன். தீராத வெளிச்சத்தில் உறங்காமல் விழித்திருக்கும் வாதுமை அவளுடையது. வாதுமைப் பெண்ணே. வாதுமைக் கண்ணே. வாதுமை யோனியே.

••

என் பிரிய மைதிலி
என் பிறவித்துயரின் கொடூரம் மிதம்
உன் பிறவித்துயரோ ஆறாத புண்

••

இருப்பு உண்டா
இருப்பு இல்லையா
அங்கு இருப்பா
இங்கு இருப்பா
இருப்பு மேலா
இருப்பு கீழா
சிவம் சுகம் சவம்
நாதி அநாதி
இருப்பு தலைகீழா
ஆண் இருப்பா
பெண் இருப்பா
திரிசங்கு இருப்பா
இருப்பு ஒரு சொர்க்கமா
இருப்பு ஒரு நரகமா
இருப்பு உள்ளே
இருப்பு வெளியே
அதற்கு எவ்வளவு இடம்
உள்ளே வெளியே
சோதி
வெளி
சத்தம்
சத்து
ருசி
என்ன எடை
எவ்வளவு நிறை?
பெரிதா சிறிதா?
யார் எது
அந்த இருப்பு
ஏன் இத்தனை இருப்பு
கொண்டு விண்டு கொன்று

ரண நிணமாய்
தித்திக்கிறதே
எதற்கு இந்த இருப்பு

••

வசந்த விஹாரில்
ஜே.கிருஷ்ணமூர்த்தி
ஒரு டெசர்ட் ரோஸ் செடியாகப்
பூத்திருக்கிறார்
கிறிஸ்து சிலுவையில் நிற்பதுபோன்ற
வடிவத்தில்
பூத்திருக்கிறது டெஸர்ட் ரோஸ்.

••

ஜே.கிருஷ்ணமூர்த்தி
தனது கடைசிப்பேச்சு
இதுதான் என்று அறிவித்தவுடன்
அவருடைய பாக்கெட் கடிகாரத்தை
மூடிய சத்தம்
மடார் மடார் என்று
எனக்கு அறைந்து கொண்டிருக்கிறது
வலதுபக்கமிருந்த மூங்கில் புதருக்குள்
20 கீரிகள்
முக்தியடைந்த புத்தர்களாகக்
கருதிக்கொண்டு
வசந்த விஹாரிலிருந்து அன்று வெளியேறின.

ஜே.கிருஷ்ணமூர்த்தி தன் கடைசிப் பேச்சு
இதுதான்
என்று அறிவித்தபோது
பறவைகள் கரைந்திரைந்தன
காகங்களின் கரும்படங்களானது
அடையாற்று வானம்
நாகலிங்கப் பூக்கள் அனைத்தும்
சட்டெனத் தன் தைலப்புட்டியை உடைத்து
அபூர்வமான நறுமணத்தை
நகரெங்கும் பரப்பியது
ஒரு முக்குளிப்பான்
சட்டென்று தண்ணீருக்குள் மூழ்கி
அங்கிருந்து வெளியேறியது.
ஜே.கிருஷ்ணமூர்த்தியின் முகம்
கண்ணாடியானது
கண்கள் கபாலத்தின் துளைகளானது.

..

மெய்ஞான சபையின் புறக்கடை வாசல்
வழி
அவன் வெளியேறியபோது
ஞானமும்
வெளியேறியது
அவன் வெளியேறிய நள்ளிரவில்
கடல்மேல்
வெள்ளியாக மின்னிச்சுடர்ந்தபடி
நிலவு பார்த்துக்கொண்டிருந்தது
அன்னிபெஸண்டின் பெயர்
அதற்கு அப்போது இடப்படவில்லை

அவனோடு ஞானம் வெளியேறியதைப்
பார்த்த
இன்னொரு சாட்சி
பங்குனிக் கடலாமை
அன்றிலிருந்து
அதன் வளமை தீராத
கருப்பைப் பாழிலிருந்து
முட்டைகள்
வந்தபடி இருக்கின்றன.

..

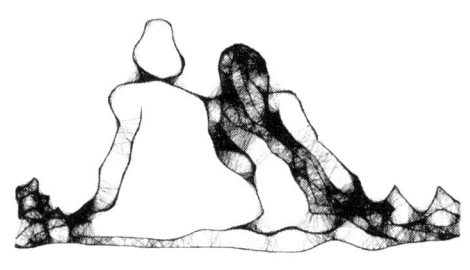

கரைக்கும் கடலுக்கும் நடுவே நூறடி
வாழ்க்கைக்கும் மரணத்துக்கும்
நடுவே ஒரே அடி
அழிரப்பர்கள் போல
ஏப்ரலில் பிறக்கும் பங்குனி ஆமைகளில்
ஆயிரத்தில் ஒன்றே தப்பிப்
பெரியவர்களாகின்றன.
சூரியனுக்கும்
நிலவுக்கும் கீழே
கடலுக்கும் நிலத்துக்கும் நடுவே
ஒரு நெருப்பு எரிந்து கொண்டிருக்கிறது
அதை அறியாமல்
முட்டையிலிருந்து வெளியேறிக்
குட்டிக்கால்களால் எட்டுவைத்து
நடையைத் தொடங்குகின்றன
குஞ்சு ஆமைகள்.
பங்குனி ஆமைகளே
பங்குனி ஆமைகளே
நாங்கள் காத்திருக்கிறோம்
நாய்கள் காத்திருக்கின்றன
கொக்குகள் காத்திருக்கின்றன
எல்லாக் குட்டிகளும்
எல்லாக் குஞ்சுகளும்
முளைவிடும் எல்லாத் தளிர்களும்
இப்படித்தான் இப்படித்தான்
பிஞ்சுக்கால்களால் நிலத்தை அளக்கத்
தொடங்குகின்றன
இனி
பங்குனி ஆமைகளின் வருகையை மட்டுமல்ல
அனைவரின் வருகையையும்
அரிபாடா என்றழைப்போம்.

..

எனது 14 வயதில் நண்பனின் வீட்டுப் புறக்கடையில் தூர்ந்துவிட்ட கிணற்றில் மறைந்து கிடந்த ஆமைகளை முதல்முறையாகப் பார்த்தேன். ஆமையின் ஓடும் உடலும் வெளியே நீட்டி ஒடுங்கிக்கொள்ளும் தலையும் ஏற்படுத்திய வினோதம் தாளவில்லை. அது ஏற்படுத்திய கிளர்ச்சியா என்றும் எனக்கு இப்போது மொழிபெயர்க்கத் தெரியவில்லை. 32 ஆமைகளைக் கல்லால் நசுக்கி நண்பர்களோடு கொன்றேன். நூறு பங்குனி ஆமைக் குஞ்சுகளை இந்தக் கவிதையின் வழியாக கடலில் சேர்க்கிறேன் பரிகாரமெனக் கருதி.

••

கடற்கரையில் காதலர்கள்
வருடம் முழுவதும்
முட்டைகளை இடுகிறார்கள்
நிலா இருந்தும் இல்லாமலும் இருக்கிறது
கிடார் ஒன்று எங்கிருந்தோ
கேட்டுக் கொண்டிருக்கிறது.
நாங்கள் சேர்ந்து
எலியட்ஸ் கடற்கரையில்
ஐம்பது நாட்கள்
ஐம்பது முட்டைகளை இட்டோம்
பங்குனி ஆமைக்குஞ்சின் மென்மை
கொண்ட
அவளது காம்பைத் தொட்டேன்
ஸ்பரிசத்தில் சிலிர்த்துப் பூத்த அவள்
காம்புகள்
பங்குனி ஆமைக்குஞ்சுகளாய்
கடலைநோக்கி நடைபயிலத் தொடங்கின
எங்கள் முத்தம்

ஆண் முத்தமும் அல்ல
பெண் முத்தமும் அல்ல
இம்சையில்லா பிறப்பிறப்பு
இங்கே
சாத்தியமா
கிருஷ்ணமூர்த்தி
இம்சையின் கர்மத்தால் தொடப்படாத
கைகள் உண்டா
கிருஷ்ணமூர்த்தி
உன் கைகளும் பங்குனி ஆமையின்
மென்மைதான்
எதுவும்
இம்சையில் சுழலத் தொடங்காமல்
உனக்காவது தொட முடிந்திருக்கிறதா
மூர்த்தி.

••

நான் அம்மாவின் குச்சியாகிப்போன கால்களை என் மடியில் வைத்து ஆஸ்பத்திரிப்படுக்கையில் அமர்ந்து தைலமிட்டு நீவிக்கொண்டிருந்தேன். வயிற்றுப்புற்றின் உச்சவலி, அயர்ந்துபோய் இடைவெளியையும் நிவாரணத்தையும் அளித்த சிலவேளைகளில் ஒன்று அது. வலி இல்லாத நேரத்தில் அம்மா, மழலை மொழியில் வாத்சல்யத்துடன் என்னுடனும் தங்கையுடனும் உளறிக் குளறிப் பேசிக்கொண்டேயிருந்தாள். மணி, நீ எல்லாவற்றையும் மனசாலேயே தொடங்கி மனசாலேயே முடித்துவிடுவாய்.

அவள் குரலில் கேலி இருந்ததா?

எனக்குக் கணிக்கத் தெரியவில்லை. ஆனால் அவள் சொன்னது வெடுக்கென்று இருந்தாலும் அது அம்மணமான உண்மை. எனக்கு அவள்மீது வாஞ்சையும் கோபமும் ஒருசேர வந்தது. பாதகத்தி போகும் வேளையில் எல்லாவற்றையும் போட்டு உடைக்கிறாளே! தீட்சண்யம் பிடித்தவள் என்று வியப்பும்.

நெல்லையப்பர் கோயிலில், செவ்வரளி சாமந்தி துளசி இலைக்குள் மறைந்திருந்து, தலை உடைந்த ஓச்சத்திலிருந்து, பாழைப் பெருக்கிக்கொண்டிருக்கிறதே மூலலிங்கம்! ஏன்அம்மா?

••

அந்த நள்ளிரவில் அடையாறு புற்றுநோய் மருத்துவமனைக்கும் அண்ணா நூலகத்துக்கும் இடையே யாருமற்ற நடைபாதையில் ஒரு ஆளைப்போல கருப்புநாய் ஓடிவந்தது. பார்த்ததும் வண்டியை நிறுத்தினேன். வீட்டைவிட்டு விரட்டப்பட்டோ, வழிதவறியோ வந்த அது கடந்துபோய்க் கொண்டிருந்தது. அன்றைக்கு சாயங்காலம்வரை பேணப்பட்டதின் கம்பீரம் உடலில்... கழுத்துவாரில் மணி கிணுகிணுத்தது. ஒருநபரைப் போல ஓர் எட்டெடுத்து முன்வந்து என்னிடம், இப்படித்தான் ஆகிவிடுகிறது என்றது. ஆழ்வார்பேட்டையிருக்கும் திசையில் ஒருகணம்கூட என் பதிலைக் கோராமல் ஓடத்தொடங்கியது. இப்படித்தான் ஆகிப்போகிறது. இப்படித்தான் ஆகிப்போகிறது. இப்படித்தான் ஆகிப்போகிறது.

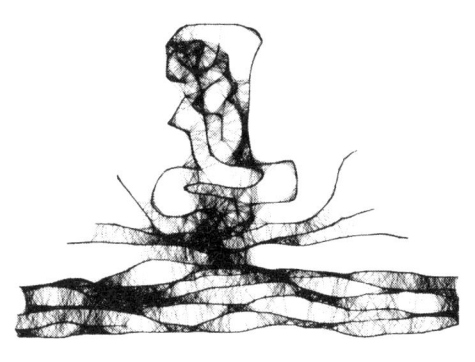

••

அவளுக்கு
இதே சேயாற்றின்
இன்னொரு கரையான
சிந்துபூந்துறையில்
சிதையூட்டி
விடைகொடுத்தேன்
அப்போது நதி
காட்டியது
எனக்குக் கருப்பு.

••

சிவந்து தொடங்கிய பானையின்
தொழில்நுட்பம்
கருப்பில் முடிந்தது நாகரிகம்.

பானையைத் தோளில் தாங்கி
அம்மாவைச் சுற்றும்போது
ஒரு சுற்றுக்கு
ஒரு துளை இட்டார்கள்
பானை அழுது உகுத்த
நீர் எனக்கு முதல் நீராகக் குளிர்ந்தது
வனைந்தவை எல்லாம்
போட்டு உடைக்கப்படுகிறது
சிகப்பிலிருந்து கருப்பு
சிகப்பிலிருந்து நகர்கிறது கருப்பு
ஒரு தனீ நாகரிகத்தின் கதையை எழுதி
சேயாறு நகர்கிறது

மொட்டை அடித்து
ரோமம் அகற்றப்பட்ட கக்கத்தை
நனைக்கும்போது
என் உடல் விதிர்த்து
தெரிந்துகொண்டது
அம்மா போய்விட்டாள்
அவள் பானை நொறுங்கிவிட்டது
சிவப்பாக அவள் பிறந்து
கருப்பாக
அவள் கலந்து
நீராய் ஓடியதைப்
பார்த்துக் கொண்டிருந்தேன்.
செத்ததின் வயிற்றில் பிறந்த
சிறியது நான் இப்போது
இனி எத்தைத் தின்று எங்கே கிடப்பேன்
அம்மா?

••

தாழிட்டுப்போன உன் கோட்டையின்
மதில் கதவுக்கு முன்னால் நிற்கிறேன்
அம்மா
திருநெல்வேலியிலிருந்து
கிளம்பி
சைதாப்பேட்டை பாலத்தில்
நான்
பேருந்தில் இருந்து இறங்கிய அன்று
நீ
சிறுக்க ஆரம்பித்திருக்க வேண்டும்
மூடிய பல்லக்கில்

இல்லைதான்
மங்கை
அவள் மூடிவிட்டுச் சென்ற யோனியில்
இல்லைதான்
அம்மா
எனக்கு மூடிவிட்டுப்போன
யோனியில் இல்லைதான் மங்கை
அவள் சாம்பல் என
வெள்ளைத்துணியில் கட்டிக்கொடுத்த
கலயத்தில் இல்லை
என்அம்மா

Size matters நண்பர்களே
எங்கிருந்து
எப்பொழுதிலிருந்து பார்க்கிறோம்
அது அவசியமே என்றாலும்
அளவு முக்கியமானது நண்பர்களே
அம்மாவும் அவளும்
சடைபிரிந்து பூத்து அடர்ந்த
நாகலிங்க மரங்கள்
நான் ஒரு புழு
நான் ஒரு அமீபா
நான் ஒரு ரோமம்
நான் ஒரு செதில்
நான் மீனிலிருந்து உதிர்ந்த
ஒரு கண்

திடம்
நிறை
நிறம் புரதம் ஒரு அளவு

அதிகாரம்
வலி
உபரி
ஒரு அளவு

ஒளி
ஈர்ப்பு
ஓர்
அளவு

அன்பு பாராமை பாரபட்சம்
ஒரு அளவு

நீள அகலங்கள் ஓர் அளவு
அடர்த்தி ஓர் அளவு

குச்சிக்கால்கள்
கூம்பிச் சரிந்த முலைகள்
கோடாய் மாறிய
யோனி
எலும்பு துருத்தி
ரத்தம் நீங்கிய வெளிர்கண்களுடன்
தன் கோட்டைக்குள் சென்று
அழுத்தி மூடிக்கொண்டாள்
என்அம்மா.

Size matters
நண்பர்களே.

••

உடலுறவுக்கு வாய்ப்பிருக்கும்
ஆண்களும்
பெண்களும்
ஞாயிற்றுக்கிழமை இறைச்சிக்கடைகளில்
குழுமுகிறார்கள்
உடலுறவுக்கு வாய்ப்பில்லாதவர்களும்
ரத்தமும் நீரும் வடியும்
உரிக்கப்பட்ட ஆட்டின் நெஞ்சை
ஏக்கத்துடன் பார்த்துக்கொண்டிருக்கின்றனர்
உண்டோ இல்லையோ
ஞாயிற்றுக்கிழமையின் புரதம்
போகத்தின் இருப்போடும்
போகத்தின் இன்மையோடும் சேர்கிறது
செக்கச் சிவந்த மாமிசம்
அவர்களுக்கு
அந்தரத்தில்
கனவில்
அடைந்த
அடையப்போகும்
அம்மணத்தை
நினைவூட்டுகிறது
செக்கச் சிவந்த மாமிசத்திலிருந்து
சொட்டும் நீரோடும் உதிரத்தோடும்
அதன் வலியும் கொஞ்சம் கொஞ்சமாகச்
சொட்டிக்கொண்டிருக்கிறது
மூலையில் இருக்கும்
ஆட்டின் தலையில் வெறித்திருக்கும்
கண்களைச் சற்றே தவிர்த்துவிடலாம்
முள்ளுக்கறியா என்று கேட்டு வெட்டும்

சிறுவனின் வெட்டுண்ட விரலிலிருந்து
ஒரு கண் பார்ப்பதையும் தவிர்த்துவிடலாம்
அன்னமே உடல் ஆகிறது
அன்னமே பிராணன் ஆகிறது
அன்னத்தைக் கொண்டுதான்
இந்த ஞாயிற்றுக்கிழமை மதியம்
நாம் வாங்கிவந்த இறைச்சியை
ஆசையின் எண்ணெய் வார்த்து
நாம் சமைக்கப்போகிறோம்
சமைத்தபின் சொட்டிய ரத்தமும் நீரும்
உலர்ந்துபோம்
சமைத்துண்டபின் சொட்டிய ரத்தமும் நீரும்
மறந்துபோம்.

••

கல்லறை மீது பூக்கும் பூக்கள்
கூந்தலைப் போய்ச் சேர்ந்துதான் ஆகும்
நா. முத்துக்குமார்
இறந்தவர்களின் கேசமும்
கூந்தலும்
மரணத்துக்குப் பிறகு
வளர்கிறது
மரணத்துக்குப் பிறகுதான்
கதைகள் வளர்கின்றன
முத்து
மரணத்துக்குப் பிறகுதான்
அம்மா வளரத்தொடங்குகிறாள்
எமது மரணத்துக்குப் பிறகுதான்
அவள்

என்னிடம்
வளரத் தொடங்கினாள்
சற்று மேலேயிருந்து பார்த்தால் போதும்
முத்து
கல்லறைகள் பறக்கின்றன
வண்ணத்துப்பூச்சி பறக்கிறது
கோழி பறக்கிறது
கொக்கு பறக்குது
இலை பறக்குது
பூச்சி பறக்குது
தூசி பறக்குது
கொசு பறக்குது
கொடி பறக்குது
எறும்பும் புழுவும் பறக்கின்றன
பாலங்கள் பறக்கின்றன
ரயில்கள் பறக்கின்றன
காதல் பறக்கிறது
கவிதை பறக்கிறது
கால்களும் கைகளும் பறக்கின்றன
அதற்கு சற்றுமேலே
தேன்சிட்டு
சற்றுமேலே
பருந்து
அதன் சமதளத்தில்
விமானம்
பறக்கிறது
கட்டுக்கதைகள் பறக்கின்றன
அந்த இடத்திலிருந்து
பாலங்களிலிருந்து யாரும்
தற்கொலை செய்வதில்லை.

அதனால்
சென்னையில்
பாலங்களைக் கற்பனை செய்தவன்
மரணத்துக்கு எதிரானவன்
அவன்
வாழ்வைக் கற்பனை செய்தவன்.

∙∙

இந்த நகரத்து வேப்பமரத்தின்
முதல் பழுத்த இலை
உதிர்ந்து அவிந்து வெளியிடும்
பிரத்யேக வீச்சத்தின்
வழியாக
முதல் அழைப்பிதழை
இந்தச் சிறியவனுக்குத்தான்
ஒவ்வொரு வருடமும் வைக்கிறது
நானும் ஏற்று
கோடைக்காலம் வந்துவிட்டது
என்று வரவேற்க ஆயத்தமாகிறேன்.

செப்டம்பரிலோ அக்டோபரிலோ
யாரோ சிறுவர்கள்
ஏதோ தெருமூலையில்
பற்றவைக்கும்
குருவிப்பட்டாசு வெடிக்கிறது
வெடிவீச்சம்
எனது மூக்கைச் சுண்டித்திறக்கிறது
பண்டிகையின் புகைநெளியும்
இரவு விளக்கொளியும்

அதை ஆமோதிக்கிறது
ஆமாம்
தீபாவளி
வந்துகொண்டிருக்கிறது.

எத்தனை பழுத்த வேப்பிலைகள்.
எத்தனை குருவி வெடிகள்.

••

ஆசையே அரிசிப்பொரிகளே
நினைவே காமமே
சந்தனச் சுள்ளிகளே
பழியே வலியே
விலங்குத்துவம் மடியாத
கண்களை இமைத்துக் கொண்டிருக்கும்
பலிகுதிரையே
தர்ப்பைக் கரண்டியிலிருந்து
விடப்படும்
நீராக
நெய்யாக
இங்கு எரியும் நெருப்பில்
என்னை
யார் இட்டார்கள்
ஏன் இட்டார்கள்
அம்மா
ஒரு பாகம் எரிய
இன்னொரு பாகம்
அதைத் தொடர்ந்து எரியூட்ட
நானும் நீயும்

யாருக்கு
அவிர் பாகம்
அம்மா
அவிஸ்
நான்
அவிஸ்
எல்லாம்
அவிஸ்

தீ அறியும்
தீ ஆடும்
பேதம் பார்க்காது
வஸ்துக்களையும் உயிர்களையும்
தீ விழுங்கும்
தீ சுடர்விட்டு ஒளிரும் பாம்பு
அதனால் தீ வாழ்க
அதனால் தீ வாழ்க.

••

துளையுள்ள வடைகள்
துளையில்லாத வடைகள்
ஏன்?
நீ சொன்ன காரணம்
எனக்கு மறந்துவிட்டது
அம்மா.
நீ
துளை
இட்டு
உன் கைகளிலிருந்து

நறுவிசாய் நழுவி
எண்ணெயில் விழுந்து பொறிந்த
வடைகள்
பிறகு
நீ
இடவே
இடாத
வடைகள்
துளையிட்ட வடைகள் இங்கு
துளையிடாத வடைகளா அங்கு?
அந்தக் காக்காய்
தூக்கிச் செல்வது
இகவடையா
பரவடையா?
ஒரு மரத்துக்குக் கீழே
பாட்டி வடை சுடும்
அந்தக் கானகம் எங்கு?

••

அமிர்தம் அதிகரிக்கும்போது விடத்தை
விட்டு மட்டுப்படுத்துகிறேன்
விடம் மிகும்போது
கொஞ்சம் அமிர்தம் இட்டு குணம்
கொடுக்கிறேன்
சிலபோது
அமிர்தம் மிஞ்சிவிடுகிறது
சிலபோது
விடம் மிஞ்சிவிடுகிறது
கலக்கிறேன்

அளைகிறேன்
நினைவின் நிறை குலைய
வலி இறகாய் பறக்கத் தொடங்க
எதுவோ மிஞ்சி
எதுவோ குறைந்து.

••

அமாவாசை தினங்களில்
சாப்பிடும்
உளுந்தவடைகளில்
அம்மா
அவளின் ருசியுடன்
எப்படியோ இறங்கி விடுகிறாள்
அவள் உப்பில் தரிக்கிறாளா
உப்பின்மையிலா?
அவள் இங்கிருந்து கிளம்பிப்போன அன்று
என் வீட்டில்
வளர்க்கும் டெசர்ட் ரோஸ்
பூப்பதை நிறுத்தியது
மண்சத்தா சூரியனின் ஒளிச்சத்தா
அவள் தந்துவந்த நிழல்சத்தா
எந்த ஊட்டம்
குறைந்ததென்று தெரியவில்லை
ஏன் எனது டெசர்ட்ரோஸ்
மீண்டும் பூக்கவேயில்லை
தொட்டியை இடம்மாற்றி
தற்போது வைத்திருக்கிறேன்
டெசர்ட் ரோஸை மீண்டும்
எப்படியாவது பூக்கவைக்க வேண்டும்
நேற்று முன்மதியம்
ஒரு கருப்பு வண்ணத்துப்பூச்சி
அதன்
இலைகளின் மேல் பறப்பதைப் பார்த்தேன்
அது நற்சகுனமா தீச்சகுனமா
மார்க்வெஸுக்கு நிச்சயம் தெரிந்திருக்கும்
நான் செடிக்கு மட்டுமா
தினசரி நீர் ஊற்றுகிறேன்.

இரவில் நான் உறங்கும் அறையின் சுவரில்
தன் இலைகளின் உருவைப் பெருக்கி
படர்த்துகிறது
அதற்கும்தானே
நீர் ஊற்றுகிறேன்.
தாம்
மட்டுமே அலையும் இடமாக
பூனைகள்
விதானங்களை
எப்போது எப்படி
ஆக்கிக்கொள்கின்றன.

••

கோயில் நிலவறையில்
உள்ளதாம்
ரத்தினாபரணங்கள் கொண்ட
புதையல் பெட்டி
அந்தப் புதையலைக் காக்கிறதாம்
பளபளவென மினுமினுக்கும்
ஓர் நாகம்
நூற்றாண்டுகளாக யாரும் காணாத
நாகம் அது
தன் கறுப்பு நிறத்தை
உற்சவக் கதைகளாக
கோயில் முழுவதும் பரவ விட்டிருக்கிறது
கல்லாய் உறைந்த பாம்பணையில்
படுத்திருக்கும் விஷ்ணுவின் நாபியிலிருந்து
தாமரை
தெருச்சுவர்களுக்கு
நழுவி நலிந்துவிட்ட காலம் இது

குதிரைகளை
என் நகரத்தின் சாலைகளில்
நாங்கள் பார்த்து
ஆண்டுகள் கடந்துவிட்டன
ஆனால்
என் நகரத்தின்
ரத்த நாளங்களில்
கண்ணுக்குப் புலப்படாது
ஓடும் கருங்குதிரைகள்
உன்னுடையது
என்னுடையது
அவனுடையது
அவளுடையது
நம்முடையது
நம் அல்லாதது.
கோயிலின் மகத்துவம்
புதையலா
தாமரையை நாபியிலிருந்து
நகரச்சுவர்களுக்கு நழுவவிட்ட
விஷ்ணுவா
பாதாளத்து
நிலவறையில் சுருண்டிருக்கும்
கருநாகமா
என் நகரத்தை
இயங்கச் செய்வது வேட்கையா
கிண்டியின் லாயங்களில்
தசைகள் துடிக்க
ஓய்வெடுத்துக் கொண்டிருக்கும்
அந்தக் கருங்குதிரைகள் காணும்
பகல்கனவா?

..

தாமரை உலர்ந்தபிறகு
பிரம்மனின் தலை சூம்பிவிட்டது
மனம் இல்லை
அதனால் பிறப்பு இல்லை
சூம்பிய பிரம்மனின் தலையை
சிவன் கொய்துவிட்டான்

..

பதினாறு வயதிலிருந்து
இருபதுகளின் ஆரம்பம் வரை
எனது கால்சட்டைக்குள்ளும்
உள்ளாடையிலிருந்தும்
எதிர்பாராத வேளைகளில் எல்லாம்
என்னை
கடித்து வதைத்துக் கொண்டேயிருந்த
எறும்புகள்
எங்கே காணாமல் போயின
என்
தரித்திர அறைகளின்
சுவர்கள் பொந்துகள் மூலைகள்
துணி உலரவைக்கும் கொடிகள்
புத்தகங்கள்
என எல்லா இடங்களிலுமிருந்தும்
எனது உள்ளாடைக்குள்
புகக் காத்திருந்த எறும்புகள்
இப்போது எங்கே போயின
யாரிடமும் சொல்லாமல்
யாரிடமும் சொல்வதற்கான

புகாரின்
கனம்
இல்லாத ஒரு புகாரை
நான் பகல் முழுவதும்
கைகளால் தேய்த்தபடியே
வெயிலில் அலைந்தேன்
நேர்காணலுக்குச் செல்ல ஒரு சட்டையை
உருவும்போது
அக்குள் பகுதியில்
விபரீதக் கறையாய்த் தீவிட்டு
என் துரதிர்ஷ்டமாய்
என்னோடு
அடையாக ஒட்டியிருந்த எறும்புகள் எங்கே?
இந்தப் பெருநகருக்குள்
நான் புழங்கிய ஒரு பருவத்தின்
அங்கம்
அந்த எறும்புகள்
என்னைவிட்டு
எங்கே போயின
எத்தருணத்தில் நீங்கின.

..

சில்லிடும் நீர்
மேலே படும்போதெல்லாம்
விளாதிமிர் புதின்
விளாதிமிர் புதின்
என்று மந்திரிக்கிறேன்
சர்வாதிகார சித்தத்தின்
திடத்தை தினசரி

வலுப்படுத்திக்கொள்ள
பனிநீரில் முங்கியெழும்
அவனுக்குத் தண்ணீர் உரைப்பதுதான் என்ன?
செய்ண்ட் ரெமி மனநலக் காப்பகத்தில்
குளியல்தொட்டியில் சாய்ந்திருக்க
உச்சந்தலையில் சொட்டுச் சொட்டாய்
இறங்கிய குளிர்நீர்
ரகசியமாய்
என்ன சொன்னது அந்தப் பைத்தியக்கார ஓவியனிடம்?
என் மேல் வெந்நீர் படரும்போதெல்லாம்
நான் என் அம்மாவிடமிருந்து
பிரிந்துவிட்டதை
நீ தனி
நீ தனி
நீ தனி
என்று தண்ணீர் போதிக்கிறது.
தண்ணீர் சித்தார்த்தன்
தண்ணீர்தான் அசோகமரம்
தண்ணீர்தான் நைட்ரிக் அமிலம்
என்கிறான் கவி நாம்தியோ தசால்.
ஆம்
இங்கே
தண்ணீர் சித்தார்த்தனும்தான்
உடல்களையே அழிக்கும் அமிலமும்தான்.
குறுக்குத்துறையில்
அப்பா என்னை
முதல்முறையாக
அமுக்கி முங்கவைத்துத் தூக்கியபோது

தண்ணீர் எனக்கு
கொலைக்கருவியாகத் தெரிந்தது
தண்ணீரே தண்ணீரே
தண்ணீரே தண்ணீரே
என்னை தனியாகப் பிரிக்காதே தண்ணீரே
தண்ணீரே தண்ணீரே
நான் தனியென்றாலும் அதை எனக்குச்
சொல்லாதே
தண்ணீரே தண்ணீரே
என்னை அழுத்தி அழுத்திக் கொல்லாதே
தண்ணீரே தண்ணீரே
மென்சூடு இளஞ்சூடு
தேகம் பொசுக்கும் சூடு
தேகம் கருகும் சூடு
உடம்பின் எடைக்கு ஒரு பாகம்
பச்சைக்கற்பூரம்
உடம்பின் எடைக்கு ஒரு வீதம்
பச்சைக்கற்பூரம்
வைத்துப் பொசுக்கும் ஒரு சூடு

தன்னைச் சோதியாக்கிக் கொண்ட
அந்த அறைக்கு அருகேதான்
இன்னும் தித்தித்துக் கொண்டிருக்கும்
இன்னீர் கிணற்றை
வெட்டிவைத்துப் போன
வடலூரான்
தண்ணீர் வழிச்சொல்வது என்ன?
தண்ணீரே தண்ணீரே
சாகாக்கலை
போதிக்கும் தண்ணீரே?

..

நான் பறையன்
நான் பள்ளன்
நான் கருப்பன்
நான் விலக்கப்பட்டவன்
நான் தீண்டத்தகாதவன்
நான் வசிக்கும் இடம் சேரி
நான் வசிக்கும் இடம் கீழூர்
நான் வசிக்கும் நகரம் கருப்பு நகரம்
எனது குடியிருப்புக்கும்
உங்கள் வீடுகளுக்கும் நடுவே
நீங்கள்
வரலாற்றில் எழுப்பிய மதில்
தவ்விக் குதித்தேறித் தகர்க்க முடியாததா என்ன?
உங்கள் கதவுகள் உடைக்க முடியாததா?
உங்கள் கவசங்கள் ஊடுருவ முடியாததா?
உங்கள் உடல்கள் வெல்ல முடியாததா?
கொல்ல முடியாததா உங்கள் குழந்தைகள்?
உங்கள் தானியக் கருவூலங்கள் எரியூட்ட முடியாததா?
உங்கள் குடிநீர்த் தொட்டிகள் விஷமூட்ட இயலாததா?
ஆனால்
நான் ஏன் நடக்கிறேன்
நான் ஏன் விரட்டியடிக்கப்படுகிறேன்
எனது பூர்விகத்துக்கு
நான் தொடர்ந்து நடக்கிறேன்
எனது சேரிக்கும்
உங்கள் குடியிருப்புக்கும்
நான் ஏன் அலைகிறேன்

உங்கள் மேட்டுநிலத்துக்கும்
எனது பள்ளத்திற்கும் நடுவில்
என் தந்தையர் ஏன் காலம்காலமாய்
உங்களைக் கொல்லாமல்
இரந்து கழிந்தனர்.
நான் அலைகிறேன்
அலைந்தலைந்தே திரிகிறேன்
நான் புலையனாய் பிறந்தேன்
ஒரு புண்ணியமும் செய்கிலேன்
என்னைப் புலையனாய் உணரச்செய்து
அதைப் பாடவும் செய்தது
யார்?
ஹரியின் மக்கள் என்று பெருமிதப்பட
வலியுறுத்தியது
யார்?
நீங்கள் கதைகளின் புதிர்ச்சுற்றுகளாலான
அரண்களுக்கு வெளியே
என்னை நிறுத்தியது எங்ஙனம்?

உங்கள் முடிவற்ற கதைச்சுற்றுக்கு முன்னால்
நான் கதையற்றுப் போனவன்
கதைகெட்டுப் போனவன்
கதையிழந்து போனவன்
ராமனே
நான்
உனக்கு முன்னால் கதையிழந்தவன்
நீ என் படகிலேறி கரையேறி விட்டாய்
மகாத்மாவே
உன் பெயரில் ஒரு ராஜ்ஜியத்தைக்
கனவுகண்டு
அதன் மையத்தில்

சென்ற நூற்றாண்டில்தான்
சூன்யம் ஆனார்.
வைஷ்ணவ ஜனதோ தேனே கஹியே ஜே
பீடு பராயே ஜானெரெ
பரதுக்கே உபகார் கரே தொயெ
மன் அபிமான் ந ஆனெ ரெ.

••

காலையிலேயே துவங்கும்
உலகின் கலவர ஓசைகளுக்கு மேலே
மறுபடியும்
குயிலின் குரல்
எனக்கு உரத்துக் கேட்கத் துவங்கியுள்ளது

இருபதாம் நூற்றாண்டின்
மகத்தான மனங்கள் என்று சொல்லப்பட்ட மனிதர்களின்
விதைப்பைகள் அனைத்தும்
சலிக்கப்பட்டுவிட்டன
மகத்துவங்கள் ஓட்டைத்துணிகளாகத்
தொங்கவிடப்பட்டுக் கொண்டிருக்கும்
நூற்றாண்டு இதில்
மீண்டும்
குயிலின் குரல் உரத்துக் கேட்கத்
துவங்கியுள்ளது

வறுமைக்கும் வெப்பத் தாக்குதல்
மரணங்களுக்கும்
ஊட்டச்சத்துக் குறைபாட்டுக்கும் பால்ய
வயது திருமணங்களுக்கும்
ஒரு இட்லியை விட மலிவாக
இணையத்தரவு கிடைப்பதற்கும்
அதிகரிக்கும் மதக்கலவரங்களுக்கும்
உள்ள தொடர்பை
புரிந்து மொழிபெயர்த்து விளக்குவதற்கு
என் கவிதை சிரமப்படும்போது
குயிலின் குரல் உரக்கக் கேட்கத்
துவங்கியுள்ளது

பழைய செங்கோல் ஒன்றுடன்
மடாதிபதிகள்
எமது நாடாளுமன்றத்துக்குள்
நுழையும்போது
குயிலின் குரல் உரத்துக் கேட்கத்
துவங்கியுள்ளது
வரலாற்றுப் பழிகளின் பேரால்
பசுக்காவலின் பேரால்
குல்லாய் அணிந்தவர்களைத் தேடி
வேட்டைகள் தொடங்கியபோது
தானும் உடந்தையாகிவிட்டதை
தெரிந்தும் தெரியாமல்
ராமன்
தனது டெஸ்லாவில் ஏறியபோது
மறுபடியும்
குயிலின் குரல் உரத்துக் கேட்கத்
துவங்கியுள்ளது
எதுவுமே மாறவில்லை

எதுவுமே மாறாது
என்ற மூர்க்கத்துடன்
வைதீகக் குரல்களின் பொய் வன்மங்கள்
என் செவிகளில் மோதி ஆக்கிரமிக்கும்போது
உன் உலகத்தைத் துளைத்தே தீர்வேன்
என்ற வாத்சல்ய மூர்க்கத்துடன்
அந்தக் குயிலின் குரல்
எனக்கு உரத்துக் கேட்கத் துவங்கியுள்ளது

அம்மா இறந்தபிறகு
கேட்கவே கேட்காத
குயிலின் குரல்

மீண்டும் உரத்துக் கேட்கத் துவங்கியுள்ளது
தர்மனின்
வாகனம்
மீண்டும் நாற்சந்தியில் நிற்கிறது
அம்மா
இந்தக் கலவரக் குழப்பங்களில்
குழந்தைகளும் நாய்க்குட்டிகளும்
நாதியற்றவர்களாக
பிறந்து துள்ளித் திரியும்
விபரீத நாட்களின் தெருக்களில்
குயிலின் குரல் மூர்க்கமாகத் துளைக்கத்
தொடங்கியுள்ளது
அம்மா.

••

இயற்கையிலிருந்து மனம் பிறந்தது
முதலில்
கல்லிலிருந்து
நரசிம்மம்
பிறந்தது திரேதா யுகத்தில்
சிங்க முகம்
நகங்களும் கோரைப்பல்லும் ஆயுதம்
மடியில்
வயிறு கிழிந்து கிடக்கும்
இரணியனை
முதலில் கர்ஜனைதான் கிழித்தது
கர்ஜனையின் கார்வை நீங்காத
கல்லின்
அகாத இருட்டிலிருந்து

நெருப்பு கனலும் கண்கள்
கடைசியில்
கீறி முளைத்தன
உக்கிரம்
அகோரத்தில்
சிந்திய ரத்தவீச்சம்
யோகத்தின் சாந்தத்தில்
சற்றே மறைந்திருக்க
சாம்பிராணிப் புகையுடன்
லட்சுமி மெதுவாய்
மடியேறியது
எந்த யுகத்திலோ?
நடுவில்
எத்தனை
வலி
களி
பலி
இடர்கள்
துயர
குரோத
ரத்த மூர்க்க யுத்தங்கள்
வன்மமோ
காதலோ
யோகமோ
போகமோ
பதறப் பதற
துள்ளத் துடிக்க
எம் இம்சைகளுக்கிடையே
ஏற்றத்தாழ்வுகள்
விருப்பு ஒறுப்பு

பயன் வியர்த்தம்
சொர்க்க நரக
குழப்படிகளுக்கிடையே
வாயில் எச்சிலாய்
நித்தியமாய்
வழிந்துகொண்டிருக்கும்
உன் பேதமைச் சிரிப்பு
சொல்லும் சேதி
என்னவென்று உரைப்பாயா
என் செல்லச் சிங்கமே.

••